டிசம்பர் பூக்கள்

AF658290

தேன்கனி இந்திரகுமார்

aelay publish

டிசம்பர் பூக்கள்
கவிதை

ஆசிரியர் : தேன்கனி இந்திரகுமார் ©
முதல் பதிப்பு : ஆகஸ்ட் 2022
வெளியீடு : ஏலே பதிப்பகம்
5/175, பாத்திமா நகர், கூத்தென்குழி,
திருநெல்வேலி - 627104
தொடர்புக்கு : +91 9944992571

December Pookal
Poetry

By Thenkani Indrakumar
First Edition : August 2022

ISBN : 978-93-5533-486-2
Aelay Publish
Contact : +91 9944992571
Cover Page : BOOKshow.in
Interior Design : Pirapanchan

பதிப்புரை

காதல் நரைகளை துளிர்விட வைக்கிறது ஒரு வெற்றிடத்தின் மௌனத்தில் ஒரு மாயம் செய்கிறது. அது மெல்லிய மாயம்; ஒரு அழகிய சிணுங்கள்; பார்த்துப் பார்த்து ரசிக்கலாம், அனுபவிக்கலாம். அப்படித்தான் கனியின் கவிதைகளும் . உரிமையோடு கனி என்கிறேன் இன்னும் பேசியது கூட இல்லை நண்பர் பிரபஞ்சன் தான் புத்தகம் சார்ந்து எல்லாம் பேசியது இக்கணம் வரை. ஆனால் என்னவோ பெயர் சொல்லி அழைக்கும் அளவுக்கு ஒரு சௌகரியத்தை இந்த டிசம்பர் பூக்கள் படித்து முடித்ததும் உணர்ந்தேன்.உள் இருந்து வரும் அந்த புன் சிரிப்பை சந்தோசத்தை நெருங்கிய உணர்வே தவிர ஒரு புத்தகம் வேறு என்ன செய்ய முடியும்.மன நிறைவுடன் வாழ்த்துக்கள் கனி!

இன்னும் நிறைய கவிதையில் பேச

வாழ்த்துக்களுடன்,

கவிஞன் மொழி

ஏலே பதிப்பகம்

அணிந்துரை

நீங்கின் தெறூஉம் குறுகுங்கால் தண்ணென்னும்
தீயாண்டுப் பெற்றாள் இவள்(குறள்-1104)

எல்லாத் தீயும் நெருங்கும் போது தான் சுடும், காதல் தீ மட்டும் தான் விலகும் போது சுடும். இத்தகு தீயை இவள் எங்கிருந்து பெற்றாள் என்பதை வள்ளுவர், "தீ யாண்டுப் பெற்றாள் இவள்" என்கிறார். எவ்வளவு அழகான சொல்லாடல்? இந்த ஒற்றை வரி, கனிக்கு உரியது என்றால் அது உயர்வு நவிற்சி அல்ல. கனியின் கவிதைக் கைகள், எழுந்திரு என்று, நினைவு முகத்தில் நீர் தெளித்துச் செல்கின்றது.

விளக்குகள் வேறுபட்டாலும் வெளிச்சங்கள் ஒன்று தான். காதலர்கள் மாறினாலும் காதல் ஒன்று தான். காதல் ஒரு தெய்வ நிலை. அது, ஏமாற்றங்களைக் கூட எளிதாக எடுத்துக் கொள்ளப் பழகுகிறது. போதியின் அடிக்குப் போகாமல், காதல் என்னும், ஆதியின் அடிசுற்றி அலைந்திருந்தால், என்றைக்கோ சித்தார்தன் புத்தனாகி இருப்பான். இதைத் தான் கவிக்கோ,

"நீ என்னை காதலிக்காவிட்டால் என்ன,
ஒரு பக்கம் பற்றினாலும்
நெருப்பு தானே?"

என்று வெறுப்பைக் கூட விரும்பக் கற்றுக் கொடுக்கிறது காதல். எல்லா நாட்டிற்கும் ஏக மதம் என்று போராடும் இனங்களுக்கு போதிக்க வேண்டும், எப்போதிருந்தோ ஓரிறைக் கொள்கை உலகமெலாம் இருக்கிறது. காதல். பூமியின் முதல் உன்மத்தம். நாத்திகர்களும் நம்பும் கடவுள். காதல், எதையும் பெரிதாய் எதிர்பார்ப்பதில்லை. கோடி நாணயம், மாட மாளிகை கூடி வந்தாலும், காதல், கொஞ்சும் பேச்சு கொஞ்சம் போதும் என்று முன்னதன் பக்கம் முகம் காட்டாது. மும்தாஜின் மனம், பளிங்கு மண்டபத்தை பரிகாசம் செய்துவிட்டு, இறுதி நாட்களில் சிறைக்குள்ளே ஏங்கிக் கிடந்த , ஷாஜஹானின், சித்திரக் கைக்குள் அல்லவா சிறைவாசம் புகுந்திருக்கும்? காதல் விரும்புவது, அதீதங்களை அல்ல, அலாதியைத் தான். அதைத் தான் கனி,

"வாரி வழங்கிட தேவையில்லை
உன் மொத்த அன்பையும்...
ஒரு சிறு புன்னகைப் போதுமடா
நாள் முழுக்க நான் சிரிக்க..."

என்று நான் பக்கம் பக்கமாய்ப் பகர்ந்ததை, நாலே வரிக்குள் நவில்ந்துவிட்டார். காதலரின் ஒற்றை நாள், புன்னகை ஒன்றிலேயே பூப்பூக்கிறது. ஆம்! முழுக்காடு எனும் நூறு விழுக்காது வேண்டாம், என, சிகையோடு சிரிக்கின்ற முகையோடு முடித்துக் கொள்கிறது, காதல்.

"என் சிறகை முறித்து
உன் சிறகுகளோடு பின்னிக் கொண்டிருந்தாய்!
தாய் மடி சுகம் கண்ட பிள்ளை
தரையிறங்குமா?

உயிரே தூக்கி அன்பின் விளிம்பிலிருந்து
நீ தள்ளியதும் தான் சுயம் இழந்ததையே
நினைவளிக்கிறது!
இது தான் காதலென்று
உரைக்கும்படி உணர்த்திவிட்டாய்!"

என்ற வரிகளைப்படிக்கும்போது, ஒவ்வொரு சொல்லிலும் உதிர்கிறது காதல். விழுந்த காதலை விரசாய் ஏந்த, படிக்கிற ஒவ்வொருவரும் பறவைகளாய் சிறகு விரிப்பார்கள் என்றென்னால், உறுதியாய் உரைக்க முடியும். மேலும், உரைப்பதல்ல, உணர்த்துவது தான் காதல் என்று ஒவ்வொரு கவிதையிலும் உணர்த்தி இருக்கிறார் கனி. மேலும், காதல் வந்தபின் தாயின் முகம் மறந்தது என்கிறான் மகாகவி பாரதி. அதையேத் தான் கவிஞர் யுகபாரதி, தாயோடும் பேசாத மௌனத்தை நீயே சொன்னாய் என்கிறார். காதலை ஏன் தாயோடு ஒப்பிட்டுப் பார்க்க வேண்டும்? இந்த உலகத்தில், ஒரு உறவு, எப்போதும் நமை ஏய்க்காதெனில், அது உறுதியாய்த் தாயாகத் தான் இருக்க முடியும். மனிதர்களுக்கு மட்டுமல்ல, விலங்குகள் கூட தாய்ப்பாசத்தில் தவறுவதே

இல்லை. அப்படிப்பட்ட ஒரு மேன்மையான உறவோடு காதலை ஒப்பிட்டும், அதனினும் பெரிதாய்க் காதலைக் கருதுவதிலும் தெரிந்துகொள்ளலாம் காதலின் மகத்துவத்தை. அந்த வரிசையில், கனியும் இங்கு காதலை, தாயோடு தான் ஒப்பிடுகிறார்.

"காதல் வளரட்டும்
மரிக்காமல்
'கனி' மொழியாய்! இவர்
கவிதையில் திகழட்டும்
மற்றுமொரு
கனிமொழியாய்!

பேரன்புடன்

பா. மருது பாண்டியன்
தாராசுரம், கும்பகோணம்

என்னுரை

முதல் புத்தகம் முதல் குழந்தை மாதிரின்னு சொல்லுவாங்க. அப்படித்தான் இந்த முதல் குழந்தை டிசம்பர் பூக்களும். எல்லாமே காதலா இருக்கும். காதல் மாதிரி ஒரு குழந்தை எதுவுமே இல்லை. காதல் மாதிரி ஒரு கண்ணாடியும் இல்லை. நீங்கள் சிரித்தால் அதுவும் சிரிக்கும். நீங்கள்அழுதால் அதுவும் அழும். புத்தகம் முழுக்கக் கவிதை இருக்குமா தெரியல ஆனால் காதல் இருக்கும்.

"எப்போதும் பிள்ளைப்பேறுக்குக்
கணக்கோ பத்து...
என் பிள்ளைப்பேறுக்கு
பதினொன்று..."

எல்லோருக்கும் டிசம்பர் பூக்கள் பற்றிப் பெரிதாக தெரிந்திருக்க வாய்ப்பு இல்லை. டிசம்பர் பூக்கள் வருடத்திற்கு ஒரு முறை அதுவும் டிசம்பர் மாதம் மட்டுமே பூக்கும். என் பள்ளி நாட்களில் இரட்டை ஜடைக்கு இடையில் அதிகமாகப் பார்த்ததும் இது தான். பொதுவாக இந்த பூக்களின் பெயர்களை எல்லாம் பெண்களோடு தான் பொருத்துவார்கள். இங்கே கொஞ்சம் வித்தியாசமாக அவனோடு பொருத்தி இருக்கிறேன். எப்படி என்று தானே யோசிக்கிறீர்கள்? காத்திருக்க வைப்பதில் இரண்டுமே

சளைத்தது இல்லை.

*"அவனில் தொடங்கிய காதல் அவ்வளவே"*வில் முடிந்துவிடும். எல்லோருடைய வாழ்க்கையிலும் காதல் இப்படித்தான் இருக்குமா என்றால் தெரியாது. போதும் என்கிற அளவுக்கு காதலிக்காமல் வேண்டும் என்கிற அளவுக்கு காதலியுங்கள். எப்போதெல்லாம் மனக்கதவு திறக்கப்படுகிறதோ அப்போதெல்லாம் எதிரில் இருப்பதை ரசித்துப் பழகுங்கள்...

"அருவி நழுவி தரையில் விழுந்தால்
ஆறு பிறந்ததென்று பொருள்...
அண்ணன் தம்பி ஒற்றுமை என்றால்
ஆஸ்தி பிறந்ததென்று பொருள்...
ஆளில்லாமல் அடிக்கடி சிரித்தால்
காதல் பிறந்ததென்று பொருள்...
வார வாரம் கிசுகிசு வந்தால்
வளர்ந்து விட்டோமென்று பொருள்..."

இந்த கவிதை நான் ஐந்தாம் வகுப்பு படிக்கையில் என்னுடைய அப்பா கவிதைப் போட்டிக்காக எனக்கு சொல்லிக் கொடுத்தது. என் எழுத்துகளின் பிறப்பிடமே இங்க தான். எட்டாம் வகுப்பு முடியும் போது பிள்ளையார் சுழி முடிவுப் புள்ளியாக மாறியது.

புத்தகங்கள் மேல் அப்பாவிற்கு பைத்தியம். அப்பாவின் மேல் எனக்கு பைத்தியம். அதுதான் என்னையும் புத்தகம் படிக்க வைத்துது. சிறு வயதில் படித்து மறந்த புத்தகங்களையெல்லாம் இப்போது தேடித்தேடி படித்துக்கொண்டிருக்கிறேன். போதுமென்று விட்டதையெல்லாம் மீண்டும் தொட்டணைப்பதற்க்கு ஒரு இழப்பு தேவைதானோ.

அப்படி ஒரு இழப்பின் பின்னால் தொடர்ந்தது தான் என் எழுத்துகள். உங்கள் முன் காட்டிக்கொள்ள இப்போது எந்த பயமும் இல்லை. இந்தக் கவிதைகளை உங்கள் உணர்வுகளோடு பொருத்திக்கொள்ள முடிந்தால் அதுவே இந்த புத்தகத்திற்கான வெற்றி. சில நேரங்களில் நாம் எதுவும் வேண்டாம் என்று விலகிக் கொள்ள நினைக்கையில் தான், வாழ்க்கை, எல்லா வெளிச்சங்களையும் கண்முன் கொண்டு வந்து நிறுத்தும். அப்படி ஒரு வெளிச்சம் தான் இந்த டிசம்பர் பூக்கள்.

"எதுவுமற்று இருத்தல் கூட
இப்போதெல்லாம் வாழ்தலுக்குத்
தேவையாய் இருக்கிறது...
எதுவுமற்று இருந்து விடுகிறேனே...
தேடுதலுக்கேதுவாய் எதுவும் வேண்டாம்..."

அன்பு, அரவணைப்பு, ஆசை, காதல், காமம், நட்பு, உறவு, உணர்வுகளின்றி இருந்து விடுகிறேன்.. என் வெற்றிடங்களை எல்லாம் ஏதோ ஒன்று நிரப்பும் தானே...

தேடித் தொலையாமல் ஏதோ ஒன்றாய் நான் இருந்து விடுகிறேன்...

என் பிள்ளை உங்கள் கைகளில் வந்து தவழ உதவியாய் இருந்த அனைத்து நல்ல உள்ளங்களுக்கும், என் நண்பர்களுக்கும் நன்றி கூறிக்கொள்கிறேன். நன்றி என்ற சொல் மிகச்சிறிதாகத் தான் தோன்றுகிறது. அதற்கு மேலும் ஒரு சொல் இருந்தால், அது, இதற்கு உறுதுணையாக இருந்த அனைத்து நல்ல உள்ளங்களையும் சென்று சேரட்டும்.

பேரன்புடனும் பெருமகிழ்ச்சியுடனும்

தேன்கனி இந்திரகுமார்
thenkaniindrakumar@gmail.com
+91 9600584519

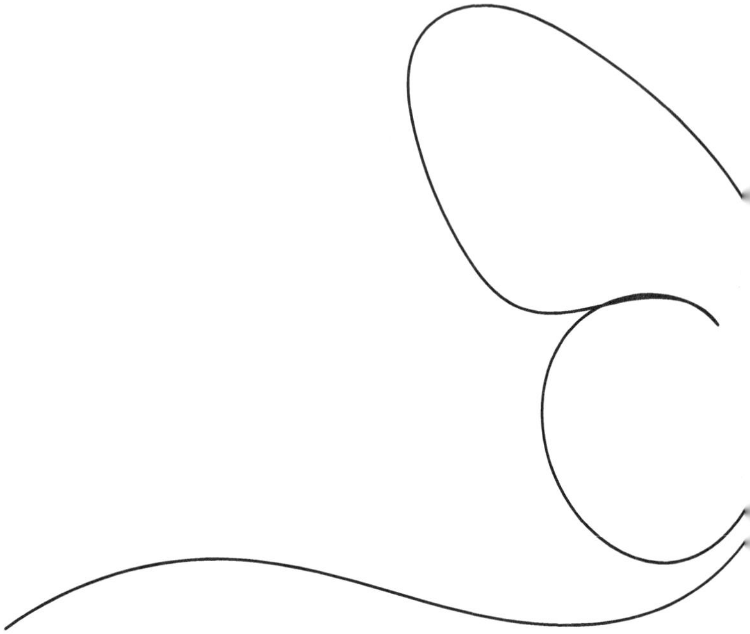

பொருளடக்கம்

அவனில்லாமல்...

நாட்காட்டியின்
பக்கங்கள் மட்டுமே
நகர்கிறது...!
அவனில்லாமல்
நாள்கள் நகரவில்லை
எனக்கு...!

இல்லாமையால்..

நீ ரசித்த என் கால்
கொலுசுகள் கூட
சப்தம்
போடமறுக்கிறது உன்
இல்லாமையால்...

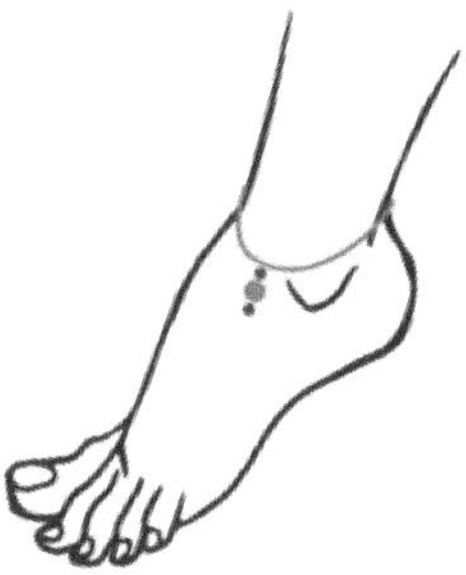

PLAY LIST

என்னுடைய PLAY LISTலிருந்து
தூக்கியெறியப்பட்ட பாடல்கள்;

அவனோடு கேட்டு ரசித்த போது கொடுத்த
இனிப்பை மிஞ்சும் அளவிற்கு கசப்பான
உணர்வு வேறெங்கு கேட்டாலும்..!

கடிகாரம்...

கருணையே இல்லாத
கடிகாரம்..!

அவனுக்காக நான்
காத்திருக்கும்
தருணங்களில்
எல்லாம் வேகத்தை
குறைத்து
கொள்(ல்)கிறது..!

கனவுகள்...

நீயும் நானும் எழுதத்தொடங்கிய
புத்தகத்தில் இன்று என் கனவுகளில்
மட்டுமே எஞ்சியிருக்கும்
உன்னை இறுக்கிக்
கொண்டிருக்கிறேன் தனியே...
பக்கங்கள் குறைந்தபாடில்லை...!!

அடைமழை..

அடைமழைகள் உன்
அன்பின் அடையாளங்கள்..!
நீ கொட்டி பொழிந்த
மொத்த அன்பும்
என் மனமெனும் வற்றாத
குளத்தில் காயங்களாக...!!

மாய விசையே...

நீ விலகிச் செல்லும்
போதெல்லாம்
என் கால்களை உன்னை
நோக்கி “தள்ளப்படும்
மாற்றங்களுக்கு என்ன
பெயரோ”?

தேநீர் சுவை..

வருடங்கள் கடந்து
கன்னங்கள் சுருங்கி
தலை நரைத்து
நம் எழுபது வயது
கடந்த பின்னும்
உன்னுடன் பகிரும்
தேநீருக்கு சற்று
"சுவை" அதிகமே..!

எதிர்பார்ப்பு..

எதிர்பார்ப்புகளே
இருந்ததில்லை
அவன் என்னோடு
இருக்கும் வரை
எனக்கான நேரங்களை
தவிர்த்து...

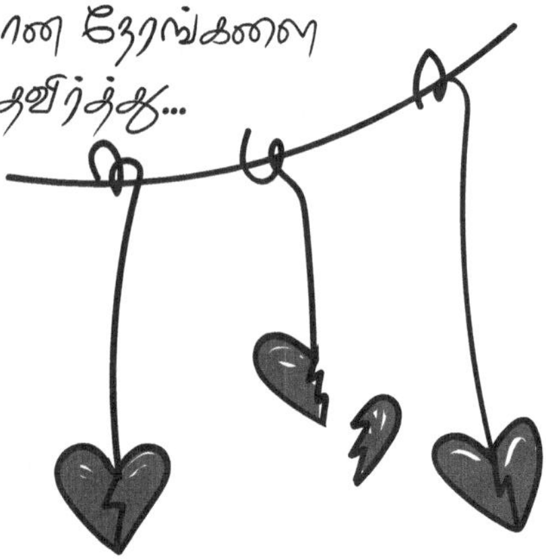

உன் குரல்...

உன் கைகளுக்குள் குழந்தையாய்
மடங்கி கொள்ள ஏங்குகிறேன்...
தினமொரு கதையாய்
உன் குரல் என்னை தாலாட்ட என்
தலை கோதும் விரல்களோடு
மனம் மயங்கி உறங்கிப்
போகிறேன்...
என் கனவுகளில்
மட்டும்....!

நச்சரிப்பு..

ஒரு நாள்
புயலடித்து ஓய்ந்தது
போல்
என் நச்சரிப்புகள்
சத்தமின்றி கிடக்கும்...

அன்று நானில்லாதது
நீயே உணர்ந்து கொள்வாய்...
என் காதலை.!

பயணங்கள்..

வீசும் காற்றின்வழி
உன் மூச்சுக் காற்றை
உள்வாங்கிக் கொள்கிறேன்..!

என் தனிமை' பயணங்கள்
சுவாரசியமாகட்டும்..

புன்னகை..

வாரி வழங்கிட தேவையில்லை
உன் மொத்த அன்பையும்...

ஒரு சிறு புன்னகை போதுமடா
நாள் முழுக்க நான் சிரிக்க...

அலங்காரம்..

நான் அலங்கரித்துக்
கொள்ளவில்லை...
இருந்தும் அழகாகினேன்..!
என் அத்தனைகளிலும் அவன்
இருந்ததால்..?

பார்வையொன்றே...

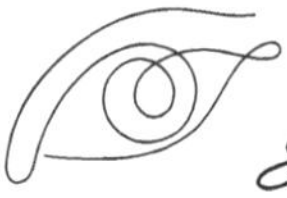

அவ்வளவு கோபம் அவன்மேல்...

அவன் கண்களில் கரைந்தது!
என்னை சமாதானப்படுத்த
கட்டித்தழுவ தேவையில்லை,

பார்வையொன்றே போதுமென
அன்று தான் அறிந்திருப்பான்,

இந்த ஆயுட்காலம் கடக்க அவனின்
பார்வையொன்று போதுமென
அன்று தான் நானும் அறிந்தேன்.

உன் பெயர்..

"எதுவும்
மாறப்போவதில்லை"
என நீ என் மீது திணித்த
வலிகளை ஓரங்கட்டிவிட்டு
எழ நினைக்கையில் தான்
உன் பெயரைச் சொல்லி
யாரோ யாரையோ
அழைக்க நான் கேட்கிறேன்!
நினைவுகளில் இருந்து
எழுவது என்பது அவ்வளவு
சிறிய காரியமா?

வியர்வை மணம்..

புதிதாக அச்சிடப்பட்ட
புத்தக வாசமெல்லாம்
"அவன் சட்டையில் லேசாக
ஒட்டிக்கொள்ளும் வியர்வை
மணம் தான்' எனக்கு...

பிம்பம்..

அவன் பிம்பம் கொஞ்சம் அங்கங்கே!

உடனில்லை என்றாலும்
நிறைந்திருக்கிறான்...!

தவிப்பு...

காலங்கள் கடந்தாலும்
புதிதாக காதலித்தவள் போல்
அவனிடமிருந்து வரும்
குறுஞ்செய்திக்காக
காத்திருக்கும்
ஒரு பெண்ணின் தவிப்பு
எத்தனை அழகு..!

பாடல்..

கேட்டுக்கொண்டிருக்கும்
பாடல் வழி
உள்புகுந்து எனை...

என் இயல்புகளை
மறக்கத்தான் வைக்கிறான்
அவன்...

ஆனந்தம்..

விளையாடும் குழந்தைக்கு
மேலிருந்து நான்கு பூக்கள்
விழுகையில் எவ்வளவு
ஆனந்தம் பிறக்குமோ,

அவ்வளவு ஆனந்தம் உன்னை
எதேச்சையாக
பார்க்கையில்

ஆறுதல்...

சற்று நேரம்
விரல் இடுக்குகளில்
இருந்துவிட்டு போகிறேன்
அதை தவிர வேறாறுதல்'
இருக்குமா என்ன?

குளிகம்..

அவனைப் போல் ஒரு
போதை’ அவனற்ற இந்த
இரவில் இன்னுமொரு
குளிகம் அளவு
கூடிப்போயிருந்தது...!

பொறாமைக்காரி...

உனதன்பு
பகிரப்படும் பொழுதுகளில்
எல்லாம்
பொறாமைக்காரி ஆகிறேன்
நான்...

திகட்டவில்லை...

அவன் மீதான
என் காதல் எள்ளளவும்
திகட்டவில்லை
கைகூடாவிட்டாலும்...

முள்ளில்லா கடிகாரம்..

கடிகாரத்தில் முள் எவ்வளவு
முக்கியம் தெரியுமா?

அவ்வளவு முக்கியம் நீ
எனக்கு...

நிற்கிறது அப்படியே இந்த
காலமும் நேரமும் நீ
இல்லாமல்...

சுழலவே இல்லை எனக்கு...
முள்ளில்லாகடிகாரம்
ஆகிறேன் நான்..!

ஸ்பரிசம்....

காற்றோடு
உன்
ஸ்பரிசம்
தேடி என் வளையல்களும்
மன்றாடுதோ..?

இறுக்கிப் பிடித்து..

என் மனக் கூட்டுக்குள்ளே
உனை இறுக்கிப் பிடித்து
அணைத்துக்கொள்கிறேன்...

முத்துக்களின் பாதுகாப்பு
சிப்பிக்குள் தானே.?

காதலாம்...

மனமறியா பித்தொன்று
எனக்குள்
ஏகாந்த சிரிப்புக்கும்
என் கன்னஞ்சிவக்க
நாணம் கோர்க்க
உயிரே தூக்கிப் பிடிக்கும்
அவன் நினைவுகளுக்கும்
பெயர் என்னவோ காதலாம்.

ஓயாத நினைவுகள்..

உனக்கான நாளெல்லாம் சுகமாய்
அமைவதில்லை எனக்கு..

இருந்தும் வசைபாடியே சுகமாய் கழிக்கிறேன்
நேரங்களை...

காத்திருப்பில் சுகம் தேடுகிறேன்...

ஓயாத நினைவொன்று எனைத்தொடர
அலை போல் அல்லவா நினைவு
ஓயாதது...!

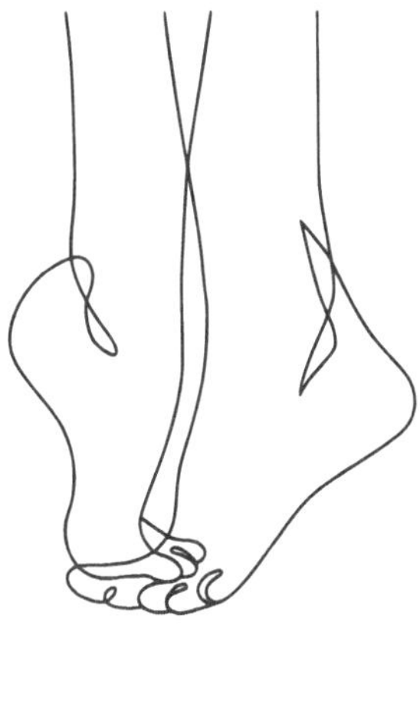

சிந்தனைகள்..

என் மனமெங்கும்
நிரம்பிக் கிடக்கும் காதல்
நீ இன்றியும் உனைப்
பற்றியே உலரவைக்கிறது..
உன் சிந்தனைகள்
கொடுக்கும்
பேரானந்தத்திற்கு
அளவுகளேது?

மயில் இறகு..

என் கழுத்தோரம்
உரசிக்கொஞ்சும்
மயில் இறகோடு
பொறாமை கொண்டதாம்
அவன் மீசை,
அவன் உரைத்தப் பொய் கண்டும்
என் இதழ் உரைக்கும்
சிறு புன்னகை...

கவனச்சிதறல்..

உன்னைப் பற்றிய
சிந்தனைகள் ஒருபோதும்
ஓய்வெடுத்துக்
கொள்ளப்போவதில்லை,
கவனச்சிதறலே இல்லாமல்
கவனமாக இருக்கிறேன்..
உன்னை பற்றிய
சிந்தனைகளின் போது
மட்டும்

தீராக்காதல்...

நம் அனுபதுகளிலும் தீராக்காதல்
அன்றும் உன்னை
மன்றாட வைக்கும்
ஒற்றை முத்தத்திற்க்கு..!

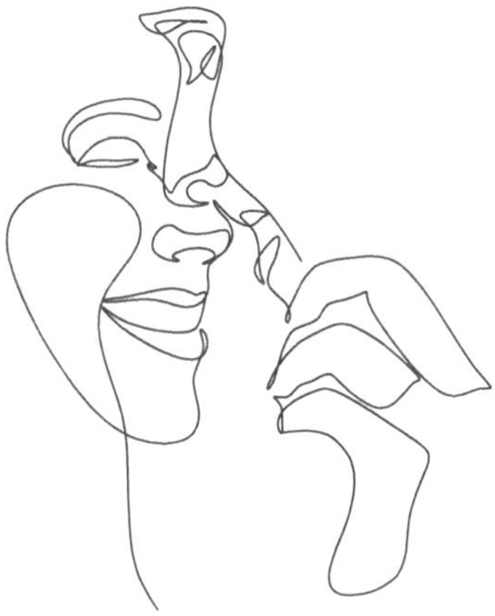

கெஞ்சல்...

உரையாடும்
பொழுதுகளில்
"இன்னும் கொஞ்ச நேரம்"
பேசலாம்...
என்ற கெஞ்சலும்
கெஞ்ச விடுதலும்
ஒரு வகையான
சுயநலமான
அன்பின் வெளிப்பாடே...?

காதல் பார்வை...

தூரமிருந்தே காதல் செய்கிறான்..!

ஆனபோதிலும்
தடுமாறித்தான் போகிறது
என் புடவைக்கூட
அவன் காதல்
பார்வை கண்ட
நாணத்தில்....

வேடங்கள்....

நீ இன்றியும்
நான் நலமாகத்தான் இருக்கிறேன்
என்றுணர்த்த இன்னும் எத்தனை வேடங்களை
தான் பூணுவது..!

தேற்றிக்கொள்ளுதல்...

கொஞ்சமாய்
தேய்ந்து
உடைந்து
நொறுங்கி
எனை அள்ளி எடுத்து
நானே சிறுக சிறுக ஒட்ட வைத்துக்
கொண்டிருக்கிறேன்

ஒட்டிய சிதறல்களில் தெளியுமா இந்த
பிம்பம்...?

கடைக்கண் பார்வை...

ஆகச்சிறந்த
அத்தனையும்
பெற்று விடுகிறேன்...
அவன் கடைக்கண்
பார்வையில்...

தொலைந்திருப்பேன்...

உன் பெயரை
எங்கோ
யாரோ யாரையோ அழைக்கையில்
யாரோ போல்
இயல்புகளோடு
கடக்க முடியுமேயானால்
அன்று நான் என்னுள் முழுவதுமாய்
தொலைந்திருப்பேன்...

உன் முகத்தை...

அந்தி சாயும் நேரத்தில் ஊரெல்லாம் சுற்றி
திரிந்துவிட்டு
கூடு தேடி சிறகடிக்கும்
பறவை கூட்டத்தில்
நானும் ஒருத்தி ஆகிறேன்...

எவ்வளவு ஆட்களை கடந்தாலும் தேடிப்
பிடித்துக் கொள்கிறேன்
உன் முகத்தை...

நாடகங்கள்.....

உன் நாடகங்களுக்கு
மீண்டுமொரு முறை ஒத்திகை பார்த்துவிட்டு
வா...
உன் கண்களுக்கு பொய்யுரைக்க
தெரியவில்லை...!

ஏன் போதை..

போதை அவன்!
விலக முடியாத
விளக்கமுடியாத
தெளிந்தாலும்
தீரா
போதை அவன்!

ஆம்
என் போதை அவன்..!

சுற்றித்திரிய துடிக்கும் கால்கள்...

இடைவிடாது
சுற்றித்திரிய துடிக்கும்
என் கால்களுக்கு
கொஞ்சம் இடைவெளி இறகென
பறக்கிறேன்.
அவனோடு இருக்கையில்...

அழைக்காமல் இருந்திருக்கலாம்..

நெடுந்தூரம் கடந்து வந்தப் பின்பு
பின்னாலிருந்து யாரோ என்னை
என் பெயரை
உரக்க அழைக்கிறார்கள்,

என் காலம் பின்னோக்கி நகர்ந்துப் போயிருந்தது
சில வினாடிகளுக்கு....

மீண்டும் ஒரு முறை உன் குரல் என்னை
அழைக்காமல் இருந்திருக்கலாம்..!

ஏன்?

ஏன்? காரணங்களே தேவைப்படவில்லை
உனை காதலிக்க... எதற்காக உனை
இவ்வளவு எதிர்பார்க்கிறேன்..

ஏன்? எங்கோ செல்லவிருந்த என்
மனப்பறவையை பிடித்தமர்த்துகிறாய்
உன்னருகில்...

ஏன்? கண்முன் வந்துலவுகிறாய்...

ஏன்? கோவில் புறாக்களின் படபடப்பை என்
நெஞ்சக்கூட்டில் அடிக்கிறாய்...

ஏன்? வழிப்போக்கன் கூட்டத்தில் உன் முகம்
தேடிப் பிடிக்கிறேன்...

ஏன்? தெருமுனை வறாரன் இசைக்கு இங்கு
நான்
தலையசைக்கிறேன்...

இவ்வளவு காரணமிருந்தும் காரணங்களே
தேவைப்படவில்லை....
உனை காதலிக்க!

உன் சாயல்..

பிடித்த பாடல்!
படிக்கும் கவிதை!
டீக்கடை பெஞ்ச்!
தெருநாய் கூட்டம்!
வீட்டு சாளரம்!
மொட்டைமாடி வேப்பமரம்!
தெருமுனை விநாயகர்!
பத்துமுறையேனும் ஒத்திகை பார்க்கப்பட்ட
புடவை!
பஸ்டாப் பூக்கடை!
பாசிமணி கோர்த்த ஜிமிக்கி!
மாலைநேர COFFEE!
எனக்காய் ஒலித்த
உன் CALLER TUNE பாடல்!
எல்லாமே உன் சாயல் பூசப்பட்டவை
என் அருகில் உன்னை தவிர.!!

குறும்பு..

புதிதாய் ஒருலகம்
படைத்துக் கொண்டிருக்கிறேன்!
விடிந்தெழுகையில்
ஒரு குவளை மகிழ்ச்சி போதுமெனக்கு!
அவனின் குறுஞ்செய்தி வேண்டாம்...

கானல்நீர்..

கானல்நீர் அவன்!
காணத்துடிப்பவள் நான்!
தொலைவில் மட்டுமே மின்னுவான்!
அருகிலே சென்றால் தொலைகிறான்....
தொலைவுகள் தொலைந்தாலென்ன..?

பிரபஞ்சத்தின் பேரழகு...

அவன் பிடிவாதமாய்
என் கன்னஞ்சிவக்க
முத்தமிட்டு நகரும் நொடி
எதையோ சாதித்தது போல மீசை முறுக்கி
ஒற்றை புருவம் உயர்த்துகையில்
இப்பிரபஞ்சத்தின் பேரழகு காண்கிறேன் நான்...

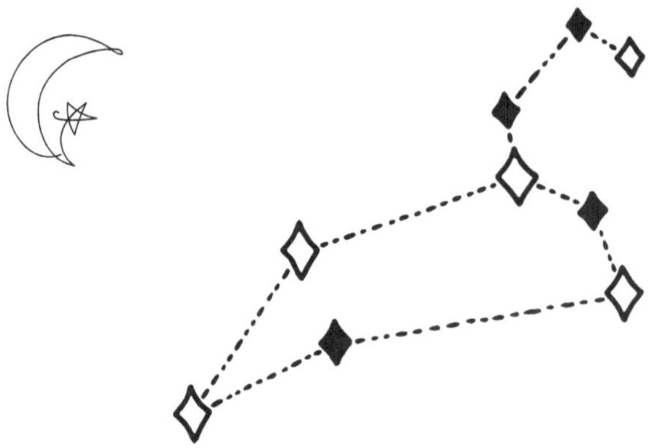

இரவு..

உயிர் நீத்த இறகின் அழகு ரசிக்கப்படுகிறது....

இந்த இரவும் அப்படித்தான் ஏதோ ஒரு பிரிவின்
பின்னால்தான்
அதிகம் ரசிக்கப்படுகிறது..!

அவன்..

நிறைகிறான் என்னுள்!
நிறைவாகிறேன் நான்!

பிழைத்திருப்பேன்...

என் நேற்றுகளை
கதவடைத்து சென்றிருக்கலாம் அவன்..!

அவன் எண்ண ஓட்டங்களில் இருந்து
சற்றேனும் பிழைத்திருப்பேன்....!!

பெருங்காதலை..

என்னிடம் நிறைத்த உன் அன்பை
என் பெருங்காதலை நீயாக
பெற்றுக்கொள்ளேன்..!

அழுது புரண்டு தேற்றிக்கொண்டு ஒரு பகல்
எப்படியோ கடந்து விடுகிறேன்..!

அரவணைப்பு தேடி அலைவது எல்லாம்
இரவுக்கு மட்டுமே பிரியம் போல..!

போக்கிடம் மறந்து உன்னிடமே மன்றாட
செய்யும்
என்பெருங்காதலை என்ன சொல்லித் தேற்றி
எடுப்பேன்...!!!

இடைவெளி...

உனக்கும் எனக்குமான இடைவெளியின்
பொழுதுதான் தன்னைத்தானே கூட்டிக்
கொள்கிறது
இந்த காதல்.

அதீதமாய் எனக்குள் நிரம்புகிறாய்.!!

இரை...

நீளாதே நீ!

இந்த இரவுக்கு
என் கனத்த
நினைவொன்று
இரையாகி
கொண்டிருக்கிறது...

முழுதாய் ரசிக்கிறேன்...

உன் சாயல் ஏதும் தென்படவில்லை....

முதல் முறை முழுதாய் ரசிக்கிறேன்!
இந்த தெருவை...

ஒளித்துக் கொள்கிறேன்...

மௌனமாய் நித்தம் என் நித்திரைக் கலைத்துப்
போகிறாய்...
தொலைந்து போகாதே
நானே ஒளித்து கொள்கிறேன்!
நீ என் கனா வந்தடைந்து தங்கிக் கொண்டதை
உன் நிஜமறியாமல் ஒளித்துக் கொள்கிறேன்!

என்னுலகுக்குள்...

என்னுலகுக்குள் உனை மொத்தமாய் அழைத்து
வரவிருக்கிறேன்...
அடர்ந்த காட்டுக்கு சிறு மின்மினிப் பூச்சியாய்....
வெகுநாளாய் அடைக்கப்பட்ட அறைக்குள்
நுழைந்த சிறு ஒளியாய்...
காய்ந்த சருகுகளுக்கு நடுவில் முளைத்த சிறு
புல்லாய்...
தொலைவில் கேட்கும்
ரீங்கார இசையாய்...
என் அலங்கார கண்ணாடிக்குள் நுழைந்த
வர்ணனையாய்...
இப்படியாய் உனை மொத்தமாய்
என்னுலகுக்குள் அழைத்து வரவிருக்கிறேன்...

கடல்...

ஊரெல்லாம் உறங்கிப் போயிருக்கும்...
அங்கங்கே தெருவிளக்குகள்
இரவின் தேவதைகளாய்!
அந்த ஆழ்கடலுக்கு மட்டும் உறக்கமில்லை...
சிறிய அலையும் பெரிய அலையுமாய்
அங்குமிங்கும் போட்டிப்போட்டு
ஓடிக்கொண்டிருந்தது...
பால் நுரை போல் அவ்வளவு அழகு!
ரசிக்கத்தான் மனமில்லை எனக்கு....
யாருமற்ற கடற்கரையில் அந்த
ஆழ்கடலுக்கு மட்டும் கேட்கும்படி
பெருங்குரலெடுத்து அழுது உருகி ஊற்றிய
பின்னரே அங்கிருந்து நகர்ந்தேன்...
ஆட்டிப்படைக்கும் அவனின் அந்த நிமிட
நினைவுகளுக்கு அது போதுமாய் இருந்தது...
அடுத்த நிமிடமே அந்த சந்திரன் வழி அவனுள்
தொலைகிறேன் நான்....

அவனில் இருந்து என்னை பிரித்துக் கொள்வது
என்பது அவ்வளவு லேசான காரியமா..?

பதிலுக்காக...

நீ பதில் தராத குறுஞ்செய்திகள்
இன்றும் காத்துக்கிடக்கிறது

என் போலவே பதிலுக்காய்...!

சைகை மொழி..

எதையுமே ரசிக்கிற மனநிலை இல்லைதான்..!

நீயென் செவிட்டுக் காதுகளுக்கு எதையோ
பேசிக்கொண்டிருக்கிறாய்..!

உன் சைகை மொழியும் இந்த மௌனமும்
என்னை ஏதோ செய்துக்கொண்டிருக்கிறது...

கவலைகள்..

இரவுகளில் மட்டும்
வந்தமர்ந்து கதை
படிக்கிறது இந்த கவலைகள்!

கேசம்..

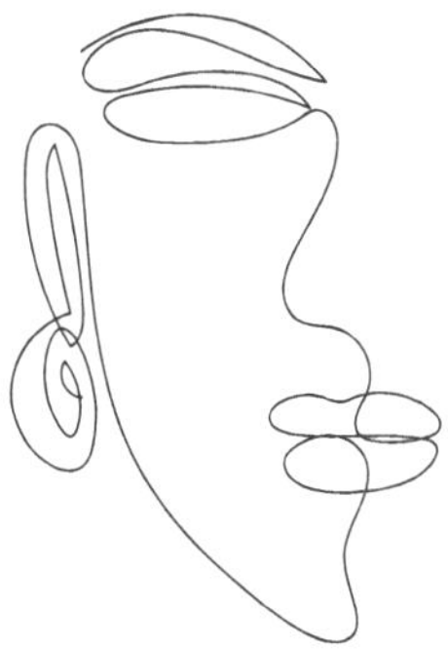

கேசம் கோதியே
பழகிப்போயிருந்த
என் விரல்களுக்கு
உன் இல்லாமை
உணர்த்த
எழுத்தாணியைத்
திணித்துக்கொண்டிருந்தேன்...

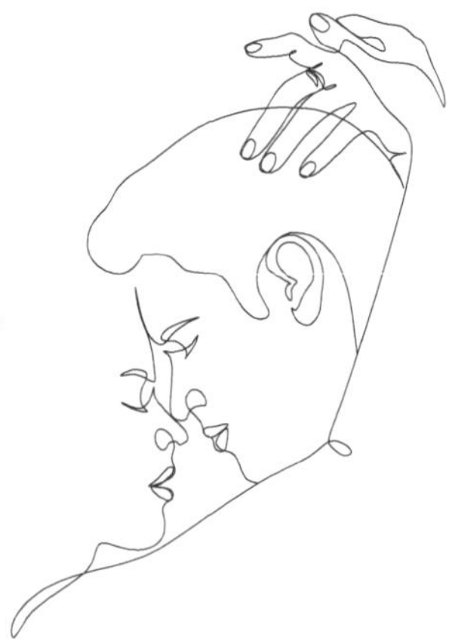

உறக்கம்..

ஆழம் பார்க்கப்பட்ட
என் மேனிக்குள்
முத்தங்களில்
சிதறிய மீசை முடிகளும்,
அவசரமாய் கடித்துத் துப்பப்பட்ட
உன் நகத் துண்டுகளும்,
மறுநாள் காலை வரை உறக்கம்
கொண்டிருந்தது..!

தங்கக்கட்டி..

நம் திருமண
பரிசிற்கென உருக்கப்பட்ட தங்கக்கட்டி
செதுக்கி
உன் பெயரை உருவமேற்றிக்
கொண்டிருக்கையில்,

சிசு வளர்ச்சியென உயிர் பெற்றுக்
கொண்டிருந்தது...!

முணுமுணுத்தல்...

காலை பேருந்து பயணத்தில்
அரைகுறையாய் கேட்டப் பாடலை
நாள் முழுக்க முணுமுணுத்து விட்டு...
மாலை வீடு திரும்பியதும் முடிக்கப்படாத
உன் முத்தத்திற்காக,
முணுமுணுக்கத் தொடங்குகிறேன்.!

அழைப்பிற்காய்..

மீண்டும் அழைக்கிறேனென்ற
சொல்லுக்கிணங்கி
உன் அழைப்பிற்காய் காத்திருப்பது,

ஒரு குவளை மகிழ்ச்சியில் நீந்தி விட்டு
மீண்டும் ஒரு குவளை மகிழ்ச்சிக்காய்
காத்திருப்பது போன்றது..!

வாசனை..

வாசமில்லா காட்டு பூக்களைக் கொடுத்து
உன் காதல் காணச் சொல்கிறாய்
உன் காதலோடு சேர்த்து
உன் வாசனை வாங்கிச் செல்கிறேன் நான்!

புணர்ந்து..

தேகம் தீர்ந்து போயிருந்தது.!

வரிகள் கூடிப்போய் இருந்தது.!

எழுத்தாணி பிடிக்க திராணியற்ற நிலையிலும்
என் மங்கி போகாத நினைவில் புணர்ந்து
என் எழுத்துக்களுக்கு
உயிர் கொடுத்துக்கொண்டிருப்பாய்...

சாதகப்பறவை..

வசந்தகால வருகைக்குப் புல்லாங்குழல்
இசைக்கும் சாதகப்பறவை
ஒன்று உன் வருகைக்காய்...
இசைத்துக் கொண்டிருந்தது.!

தாடி..

குளிர்ந்திருந்த அந்த இரவுக்கு
அவன் அணல் கொஞ்சம் இதம் அளித்துக்
கொண்டிருந்தது...

அணல் தீண்டி தீண்டி மயங்கிப்
போயிருந்தேன்...
அவனின் தழுவலில் இல்லாதொரு இதம்
அவன் அணலில்..!

நேற்றுகளுக்கும்..

காத்திருப்புகள் முடிந்தபின்னும்
அவனுக்கும் அவளுக்குமான வார்த்தைகள்
ஓய்ந்து தான் கிடக்கின்றன....

மௌனம் உடைப்போம் வா !
காலாற சிறுநடை !
கொட்டித்தீர்க்க கொஞ்சம் துயரங்களும்
இருந்தது !
காது சிணுங்க சிறு கதை !
விரல்கள் வெட்கம் பரிமாறிக் கொள்ளும் !

நாம் பார்த்திராத நேற்றுகளுக்கும் இன்று
சேர்த்து
காதல் செய்வோம் வா!

வா...

பழகிப்போயிருந்தேன்...

உருக்குலைந்த சிலைக்கு
புதிதாய் வெளிப்பூச்சு பூசிக்கொண்டிருக்கிறாய்...

நீயே சிதைக்கிறாய்!

நீயே அலங்கரிக்கிறாய்!

அடிமனதில் இறங்கும்
உன் உளியடிக்கும் பழகிப்போயிருந்தேன்
போல..!

ஓய்வுகொடு..

பேசா கதைகளாயிரம் பேச விழைந்து
மௌனம் தோற்கிறேன்...
உன் விழிகளுக்கு கொஞ்சம் ஓய்வு கொடு!
மௌனம் களைந்து ஓரிரு கதை பேசி
விடுகிறேன்...

ஒரு முறை..

ஒரு முறை உன் கண்களால் எனை மட்டும் பார்!
ஒரு முறை சீண்டல் செய்!
ஒரு முறை என்னோடு தூரம் நட!
ஒரு முறை என் விரல்களை தாங்கிக் கொள்!

ஒரு முறை அதிகாரம் செய்!
ஒரு முறை சிறிதாய் நகக் கீறல் கொடு!
ஒரு முறை உயிர் நோகாமல் கட்டிக்கொள்!
ஒரு முறை பிடித்த பாடலுக்கு சிறிதாய் நடனம்
ஆடிடுவோம் வா!

ஒரு முறை உனக்கும் அந்த கிரிக்கெட்
மட்டைக்குமான பந்தம் பற்றி கூறு!
ஒரு முறை அந்த OLD MONK கதை சொல்லி
சிரி...
தெரிந்தாலும் மீண்டுமொருமுறை கேட்கிறேன்!
கடைசியாய் ஒரு முறை அந்த COFFEE SHOP
ஓவியம் ரசிப்போம் வா!
ஒரு முறை என் சத்தமில்லா அழுகைக்கு மடி
கொடு... தேற்றிக் கொள்கிறேன்...!
விலகும் தருணம் மெல்ல புன்னகை செய்!
அவ்வளவே!
என் காதலுக்கு இது மட்டும் போதுமானது!

புத்தகமேட்டில்...

பெண்மையின் காட்டுக்குள்ளே
நீ விட்டு சென்ற மயில் இறகுகள் ஏராளம்...
பொறுக்கி எடுத்துப் புத்தகமேட்டில்
சேகரித்து வைக்கிறேன்...!

ஆதாரம்..

நீயென் தடம் பார்த்து வந்து மறைந்ததற்கு..
உன்னைத் தவிர வேறு ஆதாரம் இல்லை
என்னிடத்தில்..

என் இயல்புகள்....

நான் என் இயல்புகள் மறந்து
வெகுநாட்களாகிறது..
பெரிதாய் ஒன்றும் ஆசையில்லை...
ஒரு நாளேனும்
பாடல்வரியின்றி இசையில் லயித்திருக்க
வேண்டும்..
ஒரு நாளேனும்
எதிர் இருக்கையில் இருக்கும் குழந்தையை
ரசித்து விளையாட வேண்டும்..
ஒரு நாளேனும்
உன் வாசனையின்றி பூக்களின் மணத்தோடு
புரண்டெழ வேண்டும்..

ஒருநாளேனும்
சன்னலோர இருக்கையில் அமர்ந்து
காற்றோடு உரையாடவேண்டும்..
ஒரு நாளேனும்
உன் விரல் இடுக்குகளிலிருந்து விடுபட்டு
சாலை கடக்க வேண்டும்..
ஒரு நாளேனும்
நான் நானாய் இயல்பாய் இருத்தல்
வேண்டும்..

அவ்வளவே !

மரக்கட்டை..

ஆம்!
மரக்கட்டை நான்...
உன் கண்ணக்குழி சிரிப்புக்கு அழகு என
மனதுக்குள்ளே அசடு வழிவேன்...

உன் கண் முன்னே அசையாத விழிகளுக்கு சமரசம்
செய்ததை வெளிப்படுத்த முடியாத
மரக்கட்டை நான்...

உன் காதல் என்னை முழுவதுமாய்
ஆட்கொண்டிருக்கும்...
பதிலுக்காய் என் நாணம் உணர்த்தி காதல் பரிமாற
முடியா மரக்கட்டை நான்...

என்னை இடைமறிப்பாய் விளையாட்டாய் ஒரிரு
நெற்றி முத்தங்களிடுவாய் அங்கேயும்
மௌனித்து இருக பற்றி கட்டித் தழுவ என்னும்
என் காதலை வெளிப்படுத்த முடியாத
மரக்கட்டை நான்....

உன் உன்னை
உன் உணர்வுகளை
உன் காதலை
எச்சலமுமின்றி
எனக்குள்ளே செலுத்திக் கொள்ளும்
அளவிற்கு
மரக்கட்டை நான்...
பத்திரப்படுத்தி வைக்கிறேன்
என் காதலை..!

புதிதாய் காதல் சொல்வேன்..

தெரிந்தோ தெரியாமலோ
அன்பு பரிமாறிக்கொண்டோம்...

தெரிந்தோ தெரியாமலோ
உன் நினைவுகளோடு பயணிக்கப்போகிறேன்..

என்றோ ஒரு நாள் உனக்கு நான்
தீண்டத்தகாதவளாகிப் போவேன்..

பார்த்தாலும் பேசிக்கொள்ளா மனமிருக்கும்..
இன்று நீ உரைத்த நேசங்கள் என் நினைவில் மட்டும்
நிறைந்திருக்கும்..

யாரிடமோ உன்னைத் தேடி அலையப்போகிறேன்..
உன் சாயல் பார்க்கையில் மனதோடு விசும்பிக்
கொள்ளப் போகிறேன்..

நினைக்கும் நேரங்களிலெல்லாம் அருகில்
இருக்கப்போவதில்லை..

ஆறுதலுக்காக கட்டியணைத்து சமரசம்
செய்யப்போவதில்லை..

அருகருகே அமர்ந்து அந்த குளம்பியை
ரசித்துப் பருகப்போவதில்லை..

அன்று நாள் முழுக்க நடந்ததை உன்னிடம்
உளறிக் கொட்டப்போவதில்லை..

புடவை அலங்காரத்திற்கு உன்னுடைய
பதில் கமெண்ட் இருக்கப்போவதில்லை..
விடிந்தெழும்பொழுது உன் குறுஞ்செய்தி
இருக்கப்போவதில்லை..

எது எப்படியோ...
இன்று நீ இட்ட ஒற்றை நெற்றி முத்தத்தில்
உன் மொத்த காதலையும் பருகிவிட்டேன்..
இயல்புக்கு திரும்பும் என் மனம்...
மீண்டும் ஒருமுறை புதிதாய் காதல்
கொள்வேன் உன்மேல்....

மாற்றவே முடியாத..

நீயென் இயல்பு.!
தவறுதலாக கூட மாற்றிக் கொள்ள
முடியாத இயல்பு...
என் இயல்பென நினைத்த
நமட்டுச் சிரிப்பும்
நக்கல்ப் பேச்சும்
மறந்தே போனது...
இயல்பாய்
ரசித்த இறந்த இறகு...
காய்ந்த சருகு...
தொடுதலுக்கே
வண்ணம் பரிமாறிக்
கொள்ளும் வண்ணத்துப்பூச்சி...
புதிதாய் வாங்கியப் புத்தக மணம்...
தெருக்களில் எரியும் மஞ்சள் விளக்கு...
இத்தனை இயல்புகளையும்
தவறுதலாய்
மாற்றிக்கொண்டதால்
இன்று நீயென்
மாற்றவே முடியாத
இயல்பாகிருக்கிறாய்.!

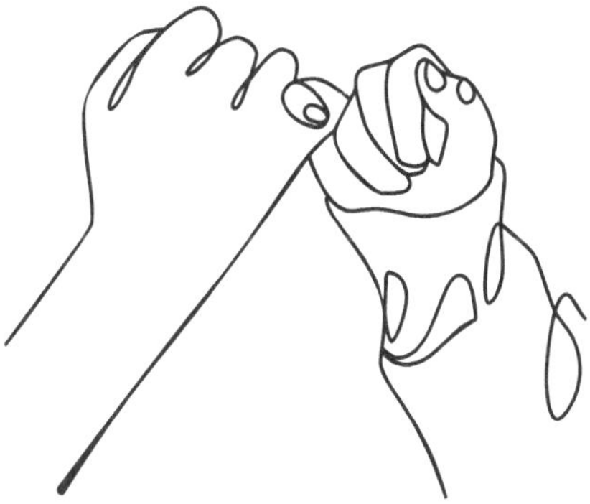

திணிக்கப்படும் காதலே...

உணர்த்தவே முடியாத காதல்...
விதவிதமாய் பரிசுகள்!
என் ஆடை நிறத்தை
அவ்வப்போது திருடிக்கொள்வான்!
கேட்காததும் கண்முன் கிடக்கும்!
கொத்துக் கொத்தாய் பூக்களெல்லாம்
இல்லை...
ஒற்றை ரோஜாவை எங்கே கொலை செய்து
தூக்கி வந்தானோ!
புத்தகத்தின் இறுதி பக்கத்தில்
தினமொருCHOCOLATE இருக்கும்!
வழிமறித்தல்!
லேசான தீண்டுதல்!
குறுசெய்திகள் வழியாக வந்த
முத்த SMILEY- க்கள்!
சத்தமாய் கதறும் என் அழைப்புமணி!
சாலையின் நடுவே வரும் வேகத்தடை!
பூவிலும் சாலையிலுமா காதல்
வந்துவிடப்போகிறது!
உணரவே விரும்பாததை
திணித்து கொண்டிருப்பது
திணிக்கப்படும் காதலே!
காதல் உணர்த்தவே முடியாததல்ல
திணிக்கப்படும் வரை!

காதல்..

எப்போதோ ஒரு காதல் இருந்ததாம்...

தூக்கி சுமந்து
இறுகப்பற்றி
சுயம் இழக்க வைத்து
ஆரவாரமாய்க் கொண்டாடி
பேரன்பின் உச்சிக்கே
அழைத்துச்சென்று
நொடிப் பொழுதில்
கீழே தள்ளி விட்டிருந்தாய்...

நொறுங்கிய நினைவுகள்
தினமொருமுறை
தள்ளி விட்டுக் கொண்டிருக்கிறது...

எத்தனை முறை காதல்
உனக்காகத்தானென்று
மனம் ஏற்றுக்கொள்ளும்..

கல்லறை பூக்கள்..

நீ என்னை விட்டுச் சென்று
வெகுநாட்களாகிவிட்டது...
அந்தக் கல்லறை பூக்கள்
காய்ந்துவிட்டது...
அழுகிய என்னுடல்
வாடை தாண்டி
நீ சுமந்து வந்த பூக்கள் மட்டும்
உன் கண்ணீரில் நனைந்ததாலும்..
உன் மூச்சுக்காற்றை
சுவாசித்ததின் பயனாய்..
உயிர் பெற்று
கல்லறை தோட்டமெங்கும்
வாசம் வீசிக்கொண்டிருக்கிறது.!

அன்பென்பது..

அன்பிற்காய் ஏங்க வைப்பதும்...
அன்பிற்காய் நிரூபித்துக்
கொண்டே இருப்பதும்...
அன்பல்ல!
அன்பென்பது?
உணர்தல்!
புரிதல்!
அணைத்துக்கொள்ளுதல்!
பரிசுத்தப்படுத்துதல்!

பேரன்பு..

கூட்டிலிருந்து
தவறிவிழுந்த
குருவிக்குக் குஞ்சுக்கு
பிறந்த குழந்தையின்
மென்மை!

பறக்கத் தெரியாத
பறவைக் குஞ்சுக்கு
நீருட்டி மறுவாழ்வளிப்பது
போதுமானதாய் இருக்கிறது
இப்பிரபஞ்சத்தின் பேரன்பு காண..!

இந்த காதலும் அப்படித்தானே..!
பெரிதாய் வேறென்ன கேட்டு விட போகிறது
லேசான அணைப்பை தவிர...

வரமாய்..

ஆகச்சிறந்த
அணைத்தும்
கேட்காமலே தருதல்
எவ்வளவு வரமாய்
இருக்கும்.!

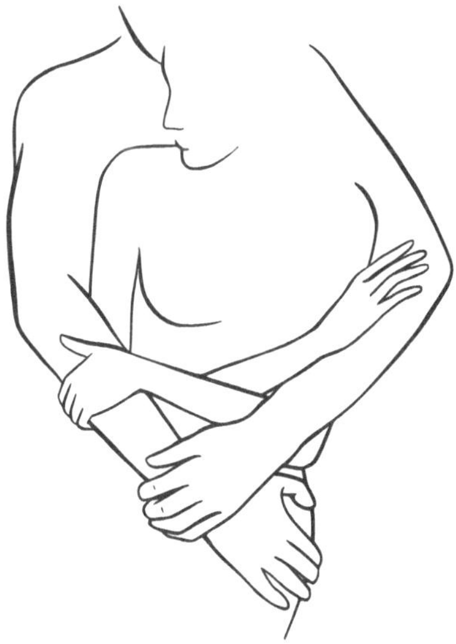

மரக்குடை..

வழிநெடுக ரசிக்கும் படியான
பயணம் தான்!
ஒரு மரக்குடையின்கீழ்
முக்கடை பெயர்ப் பலகையில்
உன் பெயரை
காணாத வரை!

சிறு நெற்றி முத்தமிட்டு..

உன்னை எதேச்சையாக
பார்க்கும் நொடி
இந்த உலகம்
அப்படியே
நின்றுவிட்டால் என்ன?

சிறு நெற்றி முத்தமிட்டு
உன் காதுகளுக்கு
எட்டாதபடி உன் மீதான
என் காதலை
உரக்க கூறிவிட்டு
நகரும் வரை
இந்த உலகம்
அப்படியே
நின்று விட்டால் என்ன?

துண்டிக்கப்பட்டு..

விரல் முழுக்க
துண்டிக்கப்பட்டு
கிடந்தது
மறுக்கப்பட்ட சாதியால்
என் காதலும்...

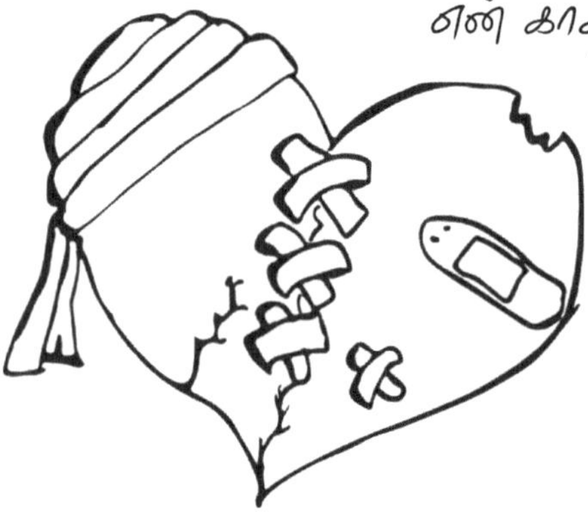

மிச்சமில்லா இரவுகளாய்..

ஓராயிரம் முத்தங்கள்
மிச்சமில்லா இரவுகளாய்
கடந்துக்கொண்டிருக்கிறது...
வானில் மின்னிக்கொண்டிருந்த
முத்தங்களை எண்ணி
முடித்தபாடில்லை...

கடிதம்..

என் முகவரி தாண்டாத கடிதங்கள்...
கண்ணீர்!
அன்பு!
காதல்!
துயரம்!
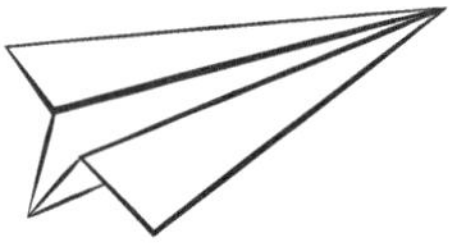
ஆனந்தம்!
ஆச்சரியங்கள்!
குழப்பம்!
முத்தங்கள்!
தினம் எழுதப்படும்
கடிதங்களில் இவையனைத்தையும்
நிரப்பிவிடுகிறேன்..!
உனது முகவரியை
தவிர!

காதல் சின்னத்தை...

ஊரின் எல்லையில்
கத்தியும்
கம்புமாய் நிற்கும்
எல்லைக் காவலனை
ஓய்வெடுக்கச் சொல்லி
காதல் சின்னத்தை
நட்டு வைக்கச்
சொல்லுவோம்...
இதை விட ஓர்
பேராயுதம்
எல்லைச் சாமி
கையில் கூட
இருந்திருக்காது.!

இராச்சதகாதல்..

இந்த இராச்சதகாதல்
பெரிதாய் என்னை
என்ன செய்துவிடப்போகிறது...
என்னுடையதென்று
உரிமைக் கொண்டாடிக்கொள்ளும்...
எனக்கானதென்று
எடுத்துக்
கொள்ளும்...
வழிதவறவிடாது கரங்களை
இருகப் பற்றிக்கொள்ளும்...
பிடிவாதமாய் இறுக்கிப்பிடிக்கும்...
பெண்ணின் கிறுக்குத்தனங்கள்
அலைக்கழிக்கும்...
அன்பை தெரியும்படி
காட்டாது...
வெட்டி வீராப்புக்கு
அடிமையாயிருக்கும்...
சகித்துக்கொள்...

தாய்மடிசுகம்..

இது தான் காதல் என்று உணரும் வரை
எனை காதலித்திருக்கிறாய்...
உடைந்தழும் பொழுதுகளில் வாரி
அணைத்திருக்கிறாய்...

கைகளை விரித்து
அணைத்ததில் சிறுபிள்ளைக்கேற்ற
தாய்மடி போல்
மடங்கிக் கொள்கிறேன்..!

உன் சிறகு
விரியுமென்றெல்லாம்
நான் நினைக்கப்படவில்லை..!

என் சிறகை முறித்து
உன் சிறகுகளோடு பின்னிக் கொண்டிருந்தாய்..!
தாய்மடி சுகம் கண்ட பிள்ளை
தரையிறங்குமா?

உயரே தூக்கி அன்பின் விளிம்பிலிருந்து
நீ தள்ளியதும் தான் சுயம் இழந்ததையே
நினைவளிக்கிறது...
இது தான் காதலென்று
உரைக்கும்படி
உணர்த்திவிட்டாய்..!

சுவாரசியமாய்..

இந்த நிமிடம்
எவ்வளவு காதலித்துக்
கொள்ளமுடியும்!
புலம்பும் புலம்பலும்!
பாடிடும் பாடலும்!
ஆரவாரங்களற்ற நடனமும்!
உடை மாற்றும் அறைக் கண்ணாடியில்
எட்டி நிற்கும் அழகும்!
லேசாய் வடிக்கும் கண்ணீரும்!
சலனமின்றி சத்தமாக வரும் சிரிப்பும்!
போர்க்கொடி ஏந்தும் சினமும்!
தனிமையில் தானே
வெளிக்கொள்ள முடியும்.

உன்னை என் தனிமையென
எண்ணிக்கொள்கிறேன்!
இந்த நிமிடக்காதல்
இவ்வளவு சுவாரசியமாய்
போதுமா?

ரேகை..

உடலெங்கும் பதிந்த
அவன் ரேகைகளை
பெயர்த்துக் கொண்டிருக்கிறேன்..!

மீண்டும் மீண்டும்
பெயர்த்துக்
கொண்டுதானிருக்கிறேன்..!

ஆழமான வரிகளுக்கு
ஆயுட்காலம்
நிறைவடையவில்லை.!

தவறவிட்ட நொடிகளை...

ரோட்டோர மீன்கடைக்கு
நான் தெரியாமல் கூட செல்வதில்லை..!
உன் பர்ஃப்யூம் மணமும்
மீன்களின் முறுமுறுப்பும்
நீ வந்து போனதை
தெரியப்படுத்தி விடுகிறது!

தவறவிட்ட நொடிகளை கேள்வியாய் கேட்டு
வஞ்சித்து விட்டேன்..!

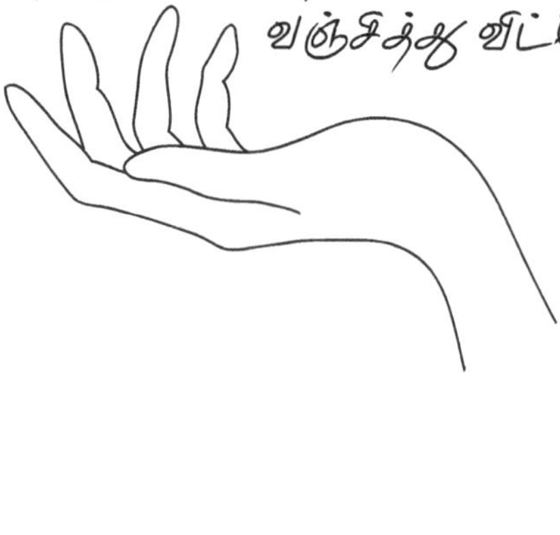

சௌகர்யம்..

அப்படியென்ன சௌகர்யம்
இருந்துவிடப் போகிறது
இந்தக் கூரை வீட்டுக்குள்...

அடித்து ஊற்றும் மழைக்கு
ஒழுகும் இடமெல்லாம்
நிரப்ப நான்கு பாத்திரம் போதாதா?

ஒளிப்புகாத இடமே இல்லை
கீறல்களாய் விடிந்ததும் வரும் பார்...

உன் நெஞ்செழும்புக்கு மத்தியில்
ஓரிடம் போதுமே என் முகம்
புதைத்து விட
இந்த சௌகர்யம் போதாதா?

காதலாய் கடத்திவிடலாமே வாயேன்...

ரேடியோப்பெட்டி காதல்..

பழைய ரேடியோப்
பெட்டியின்மேல்
இன்னும் இந்த கிழவனுக்கு
காதல் குறையவே இல்லை..!
விரல் வேர்த்தொழுகையில் கூட
கைப்பிடி கையில் தான் இருக்கும்...

நினைவுக்கு எட்டியது
இப்போதும் நீதான்...
விரல்களுக்கு இடையில்
அன்பாய் ஆசுவாசப்படுத்துதல்
எவ்வளவு இதம்!
அவ்வப்போது இளைப்பாற
இடம் கொடு போதும்...

மாடி வீட்டு சன்னலில்..

அந்த மாடி வீட்டு சன்னலில்
இரண்டே கம்பிகள்
மட்டும் போதுமென
அகற்றிவிட்டனர்....!
அந்த வீட்டு இளம் தம்பதியர்
இரவெல்லாம்
ஒரு கம்பி நீ ஒரு கம்பி
நானென வயது முதிர்ந்தோரின்
பேச்சு சத்தம் கேட்டு...

சாளரமோ கம்பியோ
காதல் பார்வைக்கு
எல்லாமே அழகு தானே..!

நீயும் நானுமென
எத்தனை கம்பிகளுக்கு
பெயரிட்டிருப்போம்...
முதுமைக்கும் இந்தக்
காதல் குழந்தைத்தனம்
கற்றுக் கொடுக்குது பாரேன்....!

எதுவுமற்று இருத்தல்..

எதுவுமற்று இருத்தல் கூட
இப்போதெல்லாம் வாழ்தலுக்குத்
தேவையாய் இருக்கிறது...
எதுவுமற்று இருந்து விடுகிறேனே..
தேடுதலுக்கேதுவாய் எதுவும் வேண்டாம்...

வெள்ளை சட்டையில்...

பழைய பத்து ரூபாய்
தாளுக்கு நேர்த்தியாகத்
தையலிடப்பட்ட கருப்பு நூலின்
மேல் காதலாம்...

அப்படியே இருக்கட்டுமென
மீண்டும் அந்தப் புத்தக
அலமாரியை தூசுதட்டி
வைத்து விட்டேன்...
பார்க்கையில்
வெள்ளை சட்டையில்
என் நீள முடி
பட்டனை
சுற்றிக்கிடந்தது
போலத்தான் இருந்தது...

அழுதாயா?
சிரித்தாயா?

இலகுவாக பறந்து
வந்த அந்தப் பழுத்த இலைக்கு
அந்த மரத்தின் மேல் எவ்வளவு
நேசம் இருந்திருக்கும்...
விடுவிக்கும் தருணம்
அந்த மரம்
அழுதிருக்குமா?
புன்னகைத்திருக்குமா?
இன்னுமே விலங்காத
விடை தான்...
நீ அழுதாயா?
சிரித்தாயா?
என்பது...

ஒளிக்கீற்று..

யாரோ ஒருவரின்
மூக்குத்தியின்
ஒளிக்கீற்றுத்தான்
என் அறை
சன்னல் இடுக்கில்
நுழைந்தென்னை
எழுப்பிக்கொண்டிருக்கிறது...
வரும் வெளிச்சமெல்லாம்
நிழலை குழைக்கவா?
இருளில் தேங்கியிருக்கும்
என்னைப்போல்
யாரையோ
தேற்றியெடுக்கத்தானே...!

ரசனை..

அந்த பரிசலுக்கு
எத்தனை நேரம்
காத்திருப்பாய்...
வரிசைக்கட்டிய
கும்பல் எல்லாம்
பரிசல் சவாரி
செய்தாயிற்று...

மிதவைக்கு அழகு
பாராட்டி ரசித்தவளுக்கு
ஏறிச் செல்ல அவ்வளவு
பயம் போல...

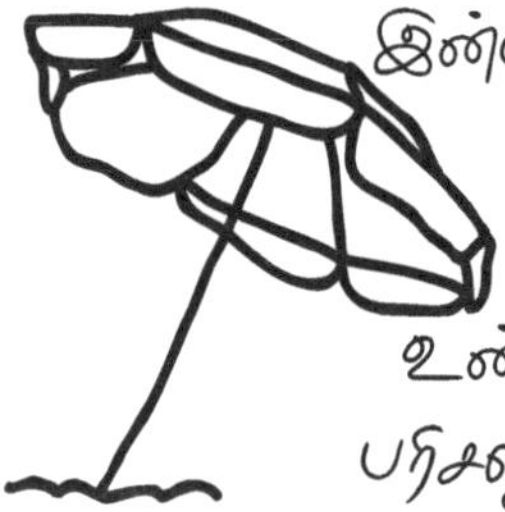

இன்னும் பார்த்து ரசித்தபடியே
நிற்கிறாள்....

உன்னை நினைவில் நிறுத்துகிற
பரிசலுக்கு எப்படிச் செல்வேன்...
இப்படித்தானே உன்னையும் ரசித்திருப்பேன்...
இப்படியும் தான் ரசித்தேன்....

வெறுமை..

யாரும் இல்லாத இடம் எப்படி இருக்கும்?

பரிசல் காரனுக்கு அலைமோதிய கூட்டம்
இருந்தும் தனக்கென்று யாரும்
வராத ஏக்கம்...

ஆசிரம குழந்தைக் கூட்டத்தில்
தனக்கென்று இல்லாத குழந்தைக்கான
தாயின் ஏக்கம்...
வீதி வீதியாக பஞ்சமிட்டாய்
விற்பவனின் மகளுக்கு
ஊதி உடைக்க கிடைக்காத
அந்த பாலிதீன்பை மேலொரு
ஏக்கம்...

பொம்மை வியாபாரின்
குழந்தைக்கு பொம்மைகள்
கிடைக்குமா என்ன?

பார்த்து கிடப்பது எதுவும் அவரவர்க்கு
சொந்தமா என்ன?
கண்முன் நிற்கும் உன்னை உரிமையென
அணைத்துக் கொள்ளமுடியாத ஏக்கம்....
இந்தக் காதலும் இப்படித்தான்
எதிர்பாராத விதமாக கிடைக்கும்!

யாருமே இல்லாதொரு இடம்
இப்படித்தான்
இவ்வளவு வெறுமையாய்
இருக்கும்....

முகமூடி..

உடைந்த கதவொன்று
இடுக்குகளில் காற்றை
நிரப்பிக்கொண்டு
வடு மறைத்து நிற்கிறது...

நானும் அப்படித்தான்!
வெளிர்ந்த முகத்தோடு
கனமாய் ஒரு முகமூடியுடன்
நின்றுக் கொண்டிருக்கிறேன்...

பாரம் தாங்காமல்
அவிழும் தருணம்
உடை அவிழ்ந்த
நிர்வாணம்போல்
ஓடி ஒளிந்து
கொள்ளப்போகிறேன்....!

கோமாளி...

வெடித்துக் கொண்டு
வரும் அழுகைக்கு முன்
உன் சிவப்பு மூக்கும்
முக்கோணத்தொப்பியும்
கண்முன் வந்துவிடும்...
பசி மறந்த
குழந்தைப் போலத்தான்
சிரித்து விடுகிறேன்
நானும்...

அணைப்பு..

மழையும்
மின்னலுமாய்
வராத இடிக்கு
இறுகப் பற்றியிருந்தோம்...

அழையா விருந்தாளியாய்
நாணமும் கோர்த்துக்கொண்டது...

இப்படித்தான் சில சமயங்களில்
நம் சந்திப்புகள் இருந்தது...

மீட்சி..

மிகச் சாதாரணமாய்
சிரித்துவிட்ட போதிலும்
அழுவதற்கு ஏனோ
ஒரு கும்மிருட்டையும்
கழிவறை
நீர்க்குழாயையும்தானே
தேடுகிறது....

தேக்கிப்பிடித்த
இருக்கைகளும்
எத்தனை முறைதான்
நமக்காக வரும்...
நீயும் தொலைந்துவிடு...
நானும் தொலைகிறேன்...
போதுமெனும்வரை
பயணித்துவிட்டு
வருவோம்...

காதல் ராகம்..

திரை அவிழ்த்து
இம்சையாய்
கொடுக்கப்பட்ட
முத்தங்களை
இன்று வரை
என் காதில்
ராகம் பாடிக்கொண்டுதான்
இருக்கிறான்....
தினசரி கேட்டப்பாடலில்
இதுவும் ஒன்று....

நகர இயலா புள்ளி...

பரிட்சையமான முகம் போல்
வந்து தோளுரசிய பூனைக்குட்டியின்
சிதறிய நான்கைந்து ரோமங்கள்
எடுத்துதறிய போதும்
கூசிக்கொண்டே இருந்தது...

இப்படித்தான்
எத்தனை முறை எழுந்தாலும்
மீண்டுமொருமுறை நீ விட்டுச்சென்ற
அந்தப்புள்ளியும் ஒட்டிக் கொள்ளும்...

கரம்..

கோணல்மாணலாய் ஒரு மேடை...
கரகோஷம் இல்லாதொரு அரங்கேற்றம்...
ஒரு கல்லின் கனம் போல் ஒரு துகள்
விழிக்குள் புகுந்து
ஆர்பரித்துகொண்டிருந்தது...
என்ன செய்ய
இடுப்போர ஆழத்துக்கும்
இறங்கிக்கொள்ள
கரம் ஒன்று தேவைதானே...

குறுஞ்செய்திகள்...

புதிது புதிதாய்
கதை பேசிக்கொண்டிருந்தது
அந்தப் பழைய குறுஞ்செய்திகள்...
இடைவெளிகள் மறந்து
புதிதாய் அணைத்துக்கொள்கிறது...
ஏந்திக்கொண்ட
கைகளை இந்தக்கணங்கள்
கேட்கிறது...
என் வெற்றிடம் முழுவதும்
நீயேதான்
நிரம்பிக்கொண்டிருந்தாய்...

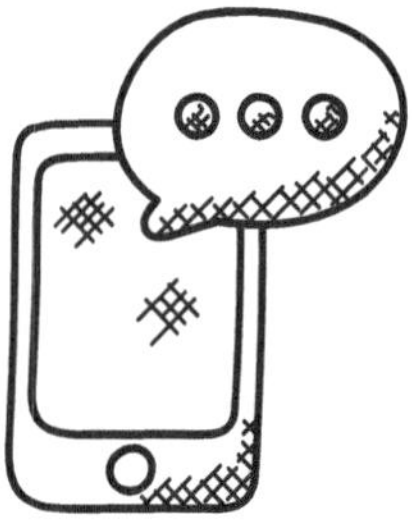

குளம்பி தீரும் வரை காதலிப்போம்..

வெளி வேஷம் போதும்...
என்னோடு வா
ஒரு நெடுந்தூரப் பயணம் போவோம்...
உன் சர்க்கரை இல்லா
குளம்பியை நான் ருசித்துப் பார்க்கிறேன்...
குளம்பி தீரும் வரை காதலிப்போம்
சற்றே அதீதமாய்...
போதும் தானே...
எவ்வளவு தூரமானாலும்
அதுவே அழைத்துக்கொண்டுப் போகும்...!

பாரேன்...

மலராத காலையும்
தீர்க்கமாக அப்பிக்கொண்ட
இருளும்
என்றுமே இல்லாதொரு
பயம் தருகிறது...
ஒன்றுமில்லை என்பதுபோல்
ஒருமுறை பாரேன்...

காரணம்..

முதல் நாள்
பெரிதாய் ரசித்த
ஆழி மறுநாள்
காலையில்
உள்வாங்கிப் போனதாய்
தலைப்பு செய்தியில் வந்தது....

இப்படித்தான்
உன்னுடைய ஒவ்வொரு
காரணங்களும் இருந்தது...
வியக்க வைப்பதாய்.....!

அன்பளிப்புகள்...

என் அறைக்கு நீ வந்திருந்தாய் போல...
உனக்கென நான் சேமித்ததை
கலைத்து வைத்திருந்தாய்...
புத்தகளை தரைப்படுக்கைக்கு
எடுத்து வந்திருந்தாய்...
நீ தேடியதென்னவோ
உன் முதல் அன்பளிப்பைப்
பத்திரமாய் வைத்ததை தான்...
கிடைத்ததெல்லாம்
உன்னிடமிருந்து
நானே எடுத்துக்கொண்ட
சில அன்பளிப்புகள்...
நிறைய காதலித்தேன் போல...
நீ காணாமல் போனதாய்
நினைத்த சட்டையை
நானே திருடிக்கொண்டு
வந்துவிட்டேன்...

MISS U...

miss u- க்கள் வழி வந்த
இதயங்கள் எத்தனை
காதலை சுமந்து வந்ததோ....

சிறைப்பட்ட உயிர்...

மிதந்து வந்த
நீர்க்குமிழிகளில்
உன் முகம்..
நிறைவாகத்தான்
இருந்தது அந்த
குளம்பி...
சிறைப்பட்ட உயிர்
என்று சிரித்துக்கொண்டேதான்
இருக்கிறது இன்னும்....

காதலென்பது...

தடை உடைந்து
ஆசை மறித்தாலும்
காலோடு வரும்
மணல் போல
காதல் மட்டும்
ஒட்டிக்கிடக்கும்...
ஒரு நாளிட்ட
ரொட்டித்துண்டுக்கு
நன்றியோடு
வரும் நாய்க்குட்டி அது!
ஊரே கொண்டாடும்
சப்பரம் அது!
பெரிதாய் ஒன்றுமில்லை
வளர்பிறையும்
தேய்பிறையும் அது!
வானம் பார்த்தால்
போதும்...!

சண்டைகள்..

எத்தனை மன்னிப்புகள்
நிராகரிப்பின் பின்னும்
மீண்டும் மீண்டும்
வந்து நிற்கிறேன்...
திடீர் விபத்துகள்
போல திடீர்
சண்டைகள்
இந்தக்காதலுக்கு
மிகப்பிடித்தம்...!

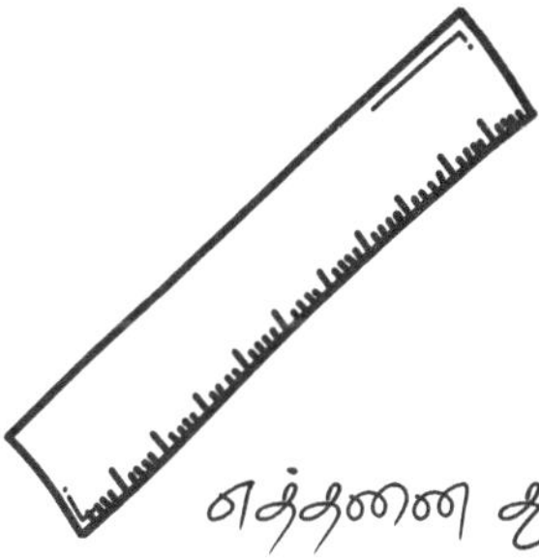

எவ்வளவு தூரம்..

எத்தனை தூரம் உன்னால் செல்ல முடியும்!
ஊரை விட்டு ஊர் செல்வாயா?
நாடுகடந்து பயணிக்கப் போகிறாயா?
விட்டு விடுகிறேன் இறுகப் பிடித்து
இறுக்காமல் விட்டு விடுகிறேன்...
காற்று அழுத்த தாழ்வு மண்டலம்
தெரியுமா...
என் காதலை மேகக் கூட்டம்
தூக்கிட்டு வந்து
உன்கிட்டயே போட்டு விடும்..!
எவ்வளவு தூரம்
போக முடியுமோ போ....

சோம்பல்..

சரிந்து கிடந்த
புடவையெல்லாம்
எடுத்துக்கொண்டு
சிறகுலர்த்திய
பறவைபோல்
சோம்பல் முறிக்கிறாள்...
விடியலுக்கான அழகு
இன்னும் கொஞ்சம்
கூடிப்போகிறது...

இன்றேனோ..

இன்றேனோ இந்த இரவின்
அடர்த்தி சற்று அதிகம் தான்...
உடைந்த நிலாக்களையும்
சிதறிய நட்சத்திரங்களையும்
அள்ளிக்கொண்டிருக்கிறேன்...
வண்ணமிழந்தப் பட்டாம்பூச்சி
சிறகுகளுக்கு வண்ணம்
பூசிக்கொண்டிருக்கிறேன்...
இளையராஜாவை என் அறைக்கு
அழைத்து வந்திருக்கிறேன்...
உன்னிலிருந்து வெளியேற எத்தனித்து
எனை மெல்ல மறக்கிறேன்...
பிரியமாகிறது இந்த இரவு!

அழுகையை...

என் அழுகையை
எவ்வளவு அழகாய்
சரிசெய்து விட்டேன்...
அர்த்தமற்ற அழுகையாகிப்
போகையில்
இப்போதெல்லாம்
அமைதியாய் இருந்து விடுகிறேன்...

மனம் கேட்பதெல்லாம்...

எல்லாம் முடிந்தப்பின்னும்
மனம் கேட்பதெல்லாம்
வார்த்தைகளுக்காய்
காத்திருக்கும் செவிகளை...
ஏன் எதற்கென்று கேள்வி எழுப்பா
மௌனங்களை...
புலம்பல் தீரும் வரை ஓர் இறுக்கம்...
ஓர் அணைப்பு...
வெடித்து அழுதப்பின்
ஓர் அமைதி...

அவ்வளவே!

இறுதியாய் அவ்வளவே...!